MALAYALAM HUMAN BODY PARTS BOOK

Human anatomy
മനുഷ്യ ശരീരഘടന

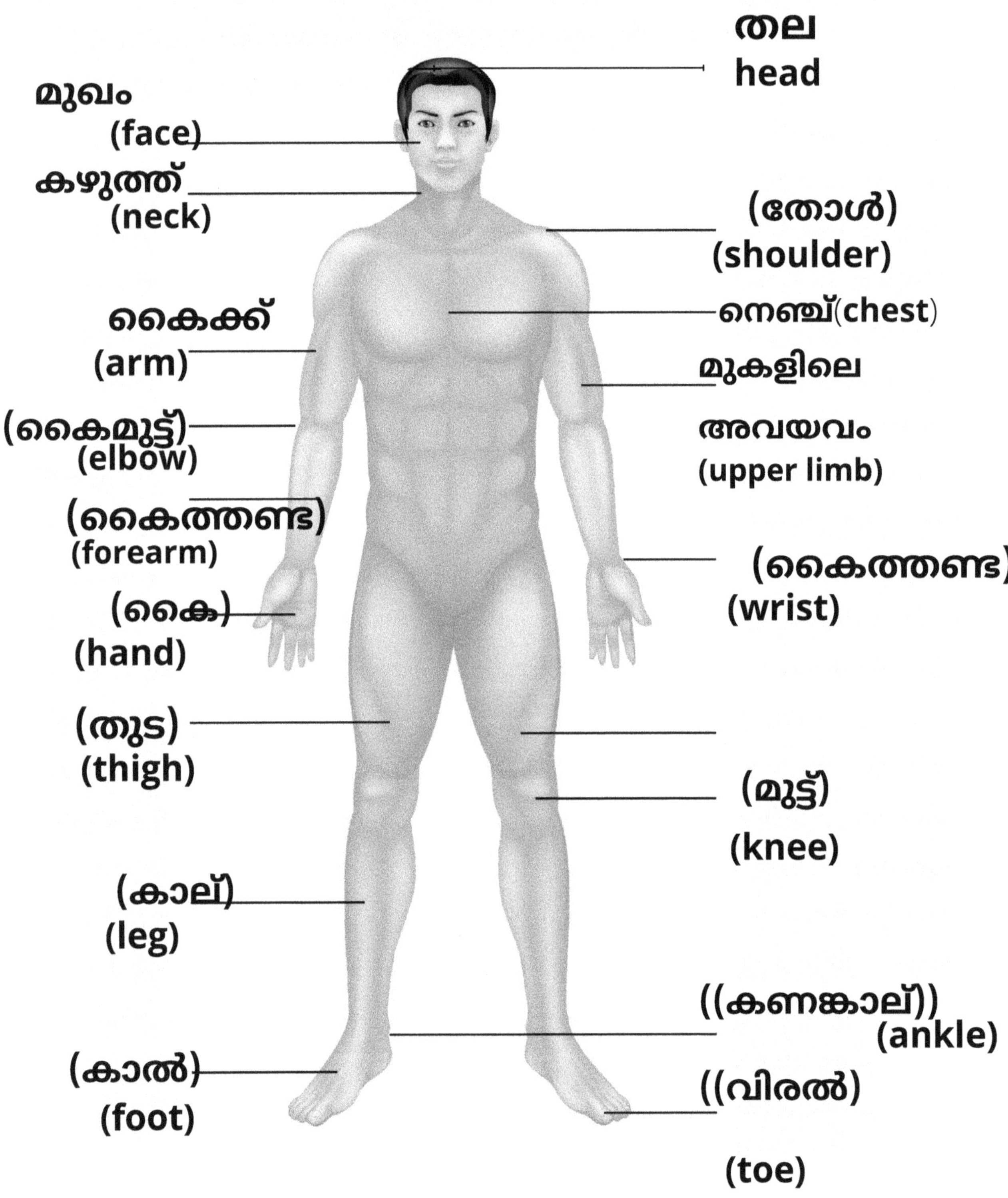

Human anatomy
മനുഷ്യ ശരീരഘടന

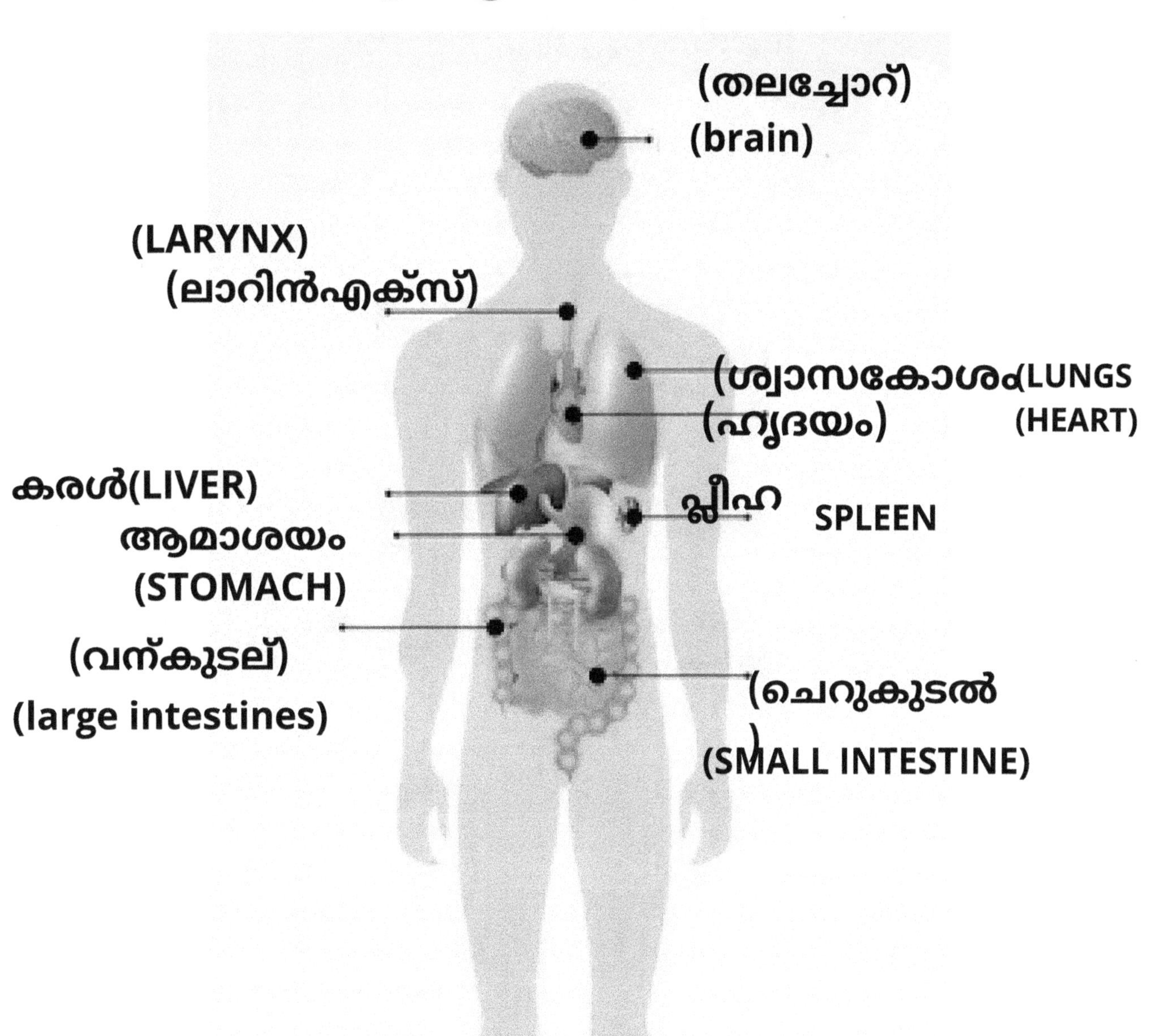

HUMAN EYE ANATOMY

ഹ്യൂമൻ ഐ അനാട്ടമി

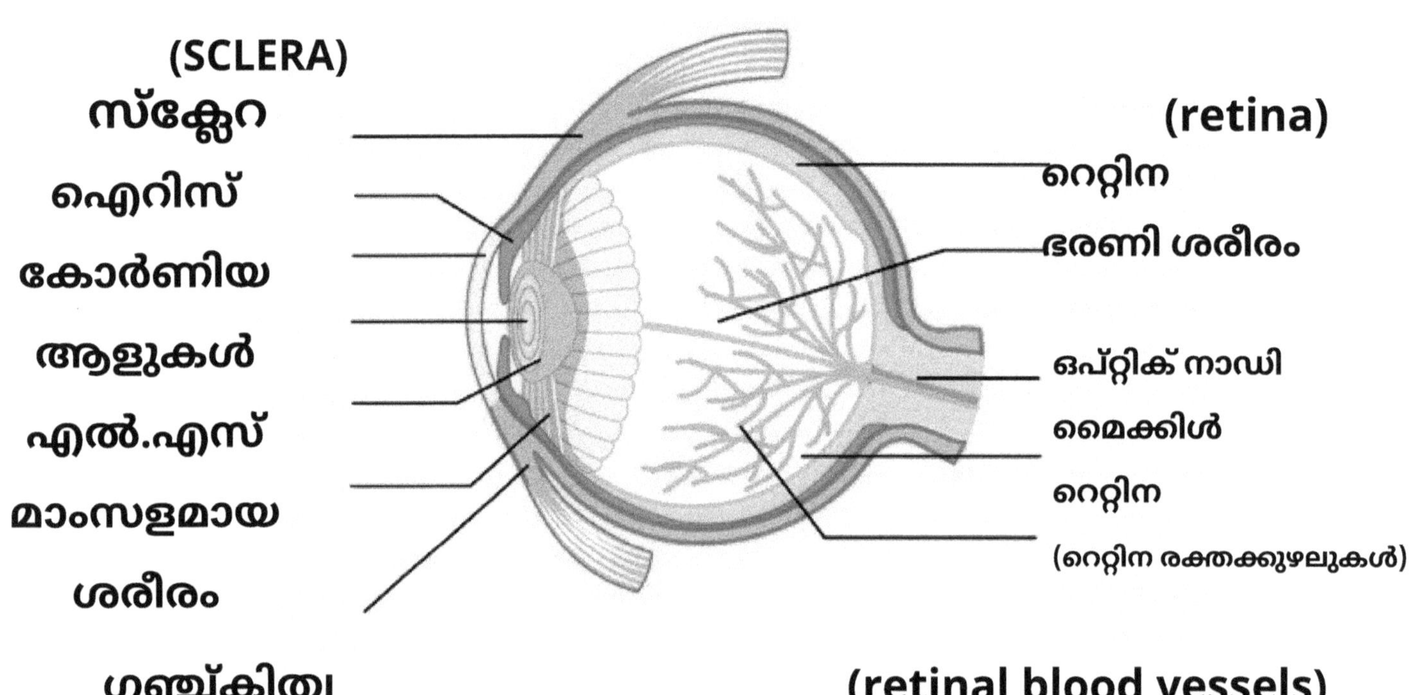

Human Kidney Anatomy

മനുഷ്യ കിഡ്‌നി അനാട്ടമി

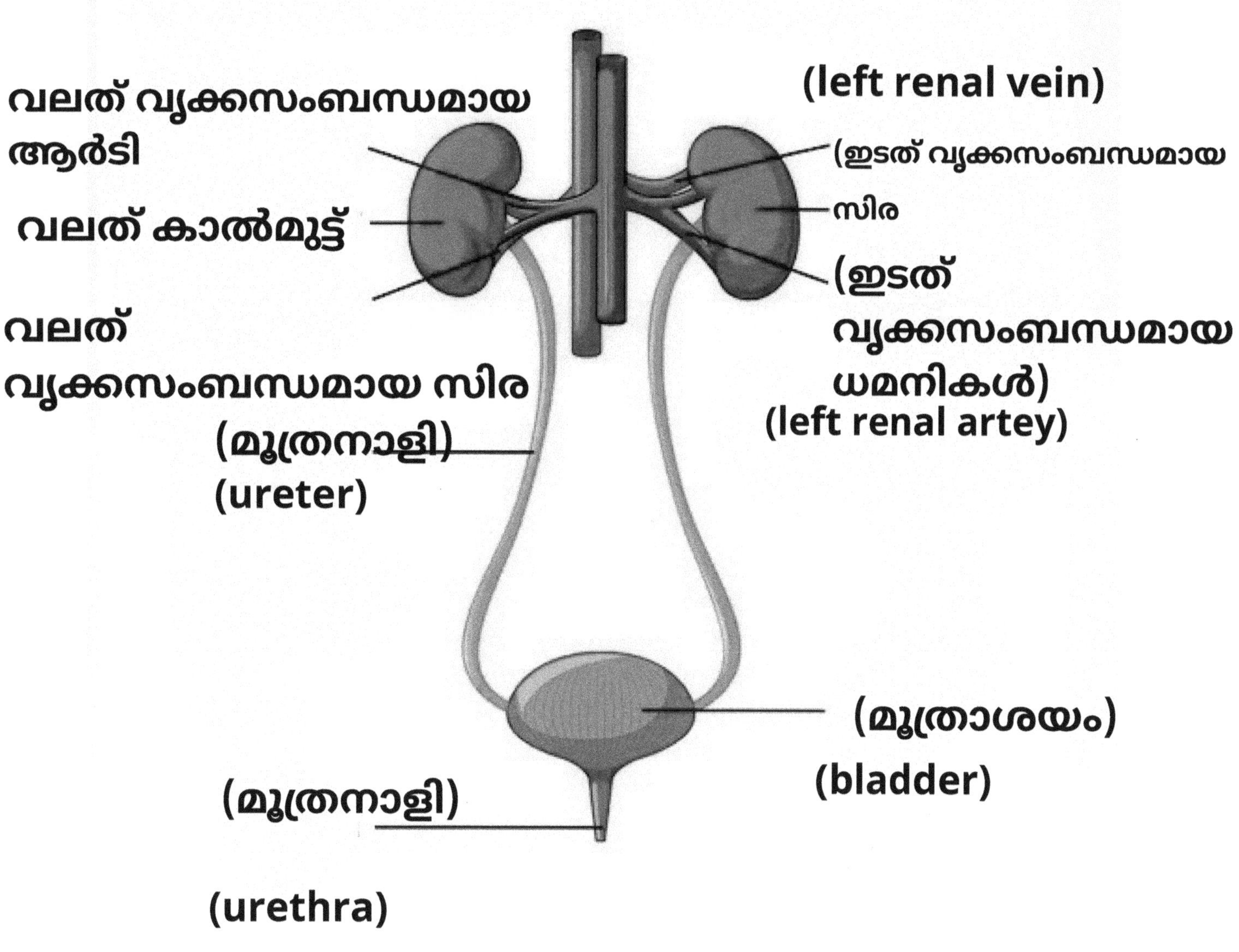

Human Vertebrate anatomy

ഹ്യൂമൻ വെർട്ടെബ്രേറ്റ് അനാട്ടമി

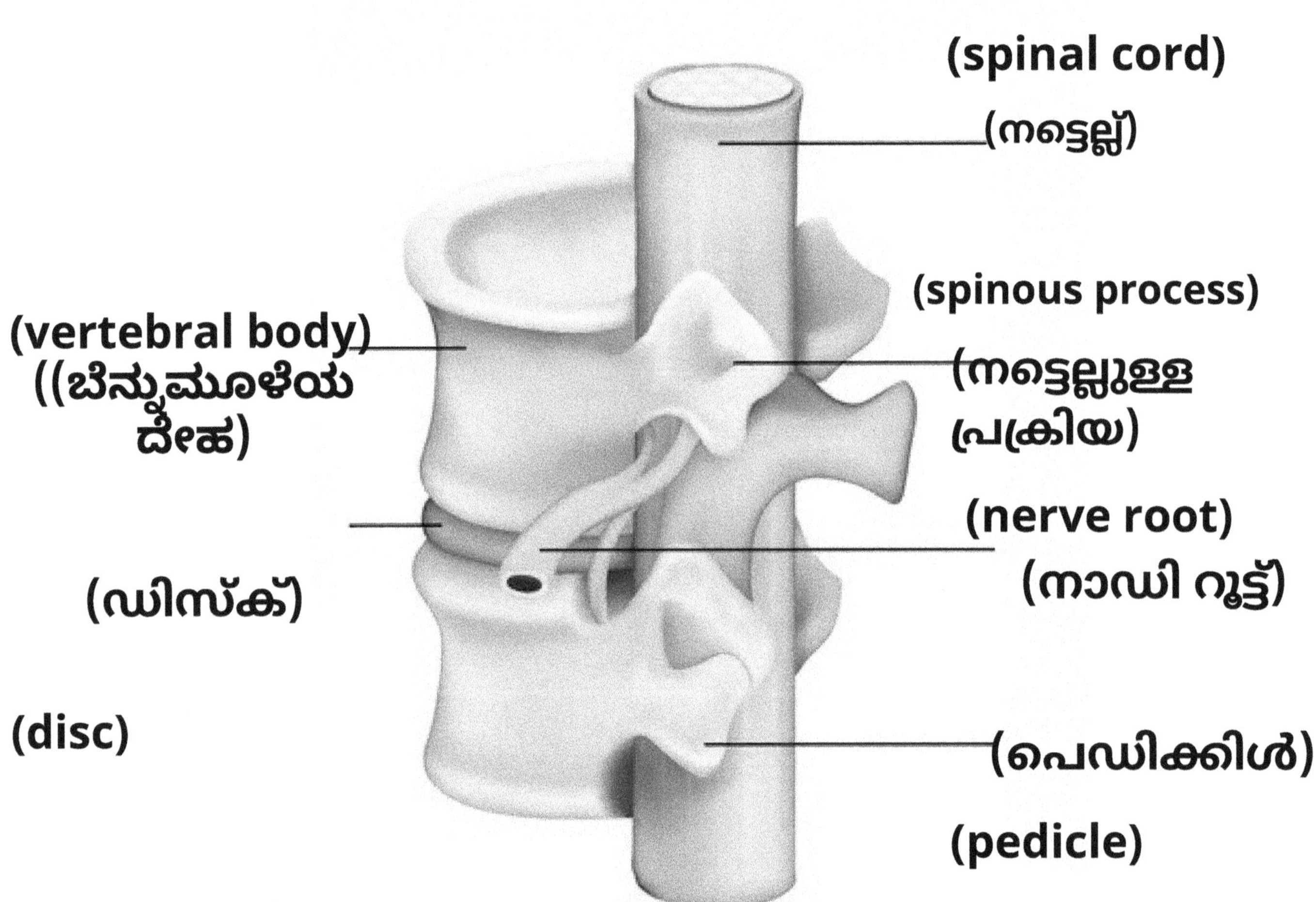

HUMAN BRAIN AREAS
ഹ്യൂമൻ ബ്രെയിൻ ഏരിയകൾ

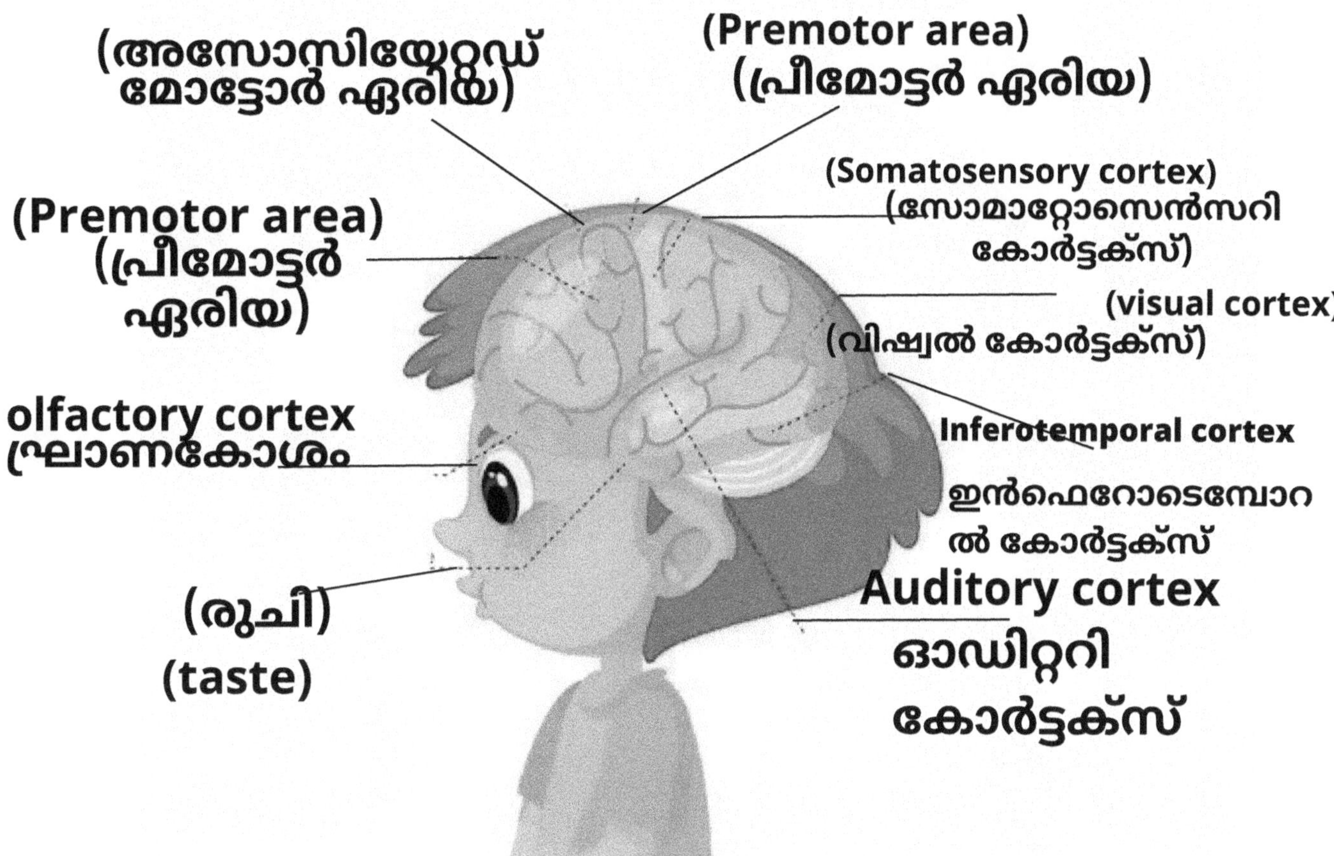

Human muscle anatomy
മനുഷ്യ പേശികളുടെ ശരീരഘടന

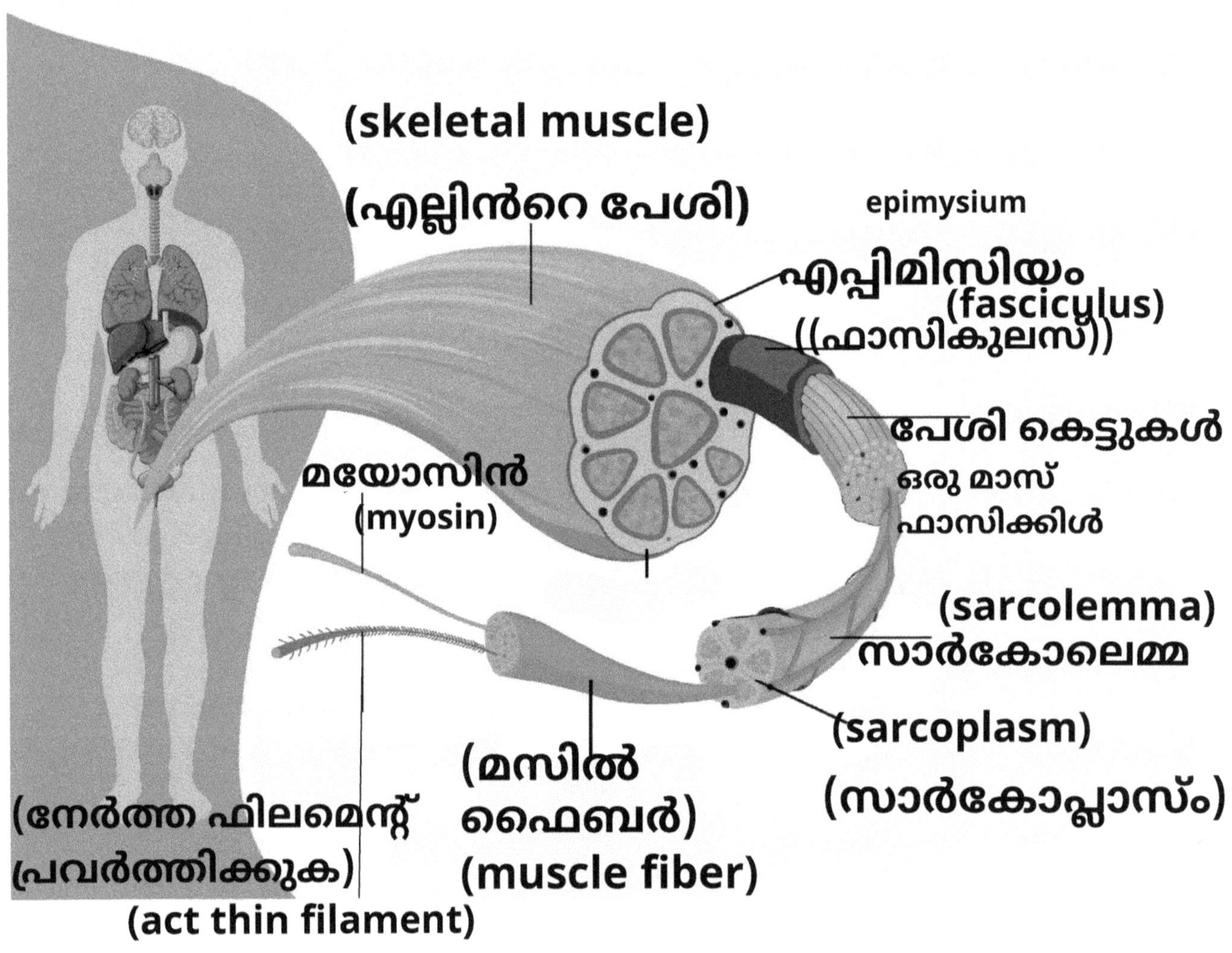

Human Brain Structure

മനുഷ്യ മസ്തിഷ്ക ഘടന

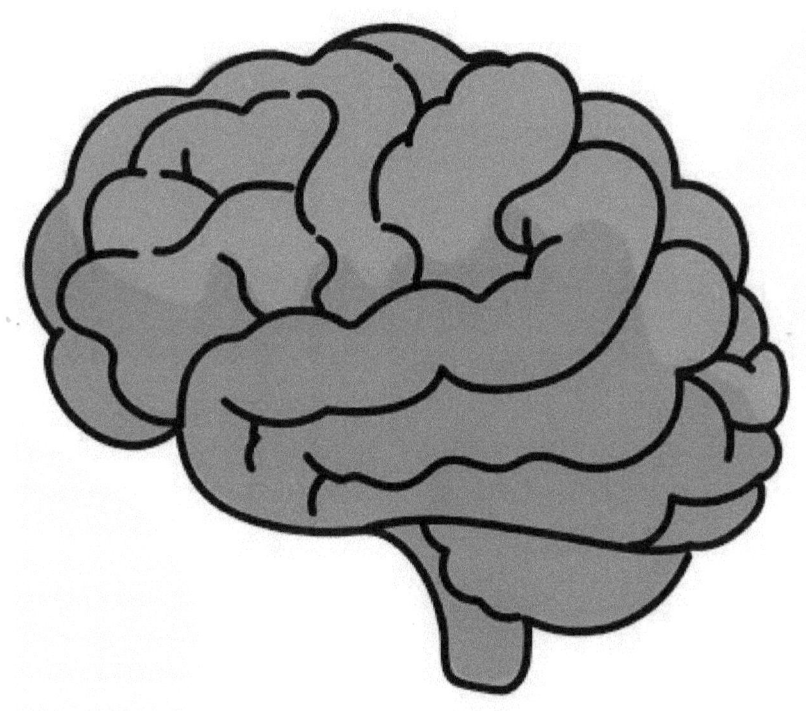

Parts of human heart
മനുഷ്യ ഹൃദയത്തിന്റെ ഭാഗങ്ങൾ

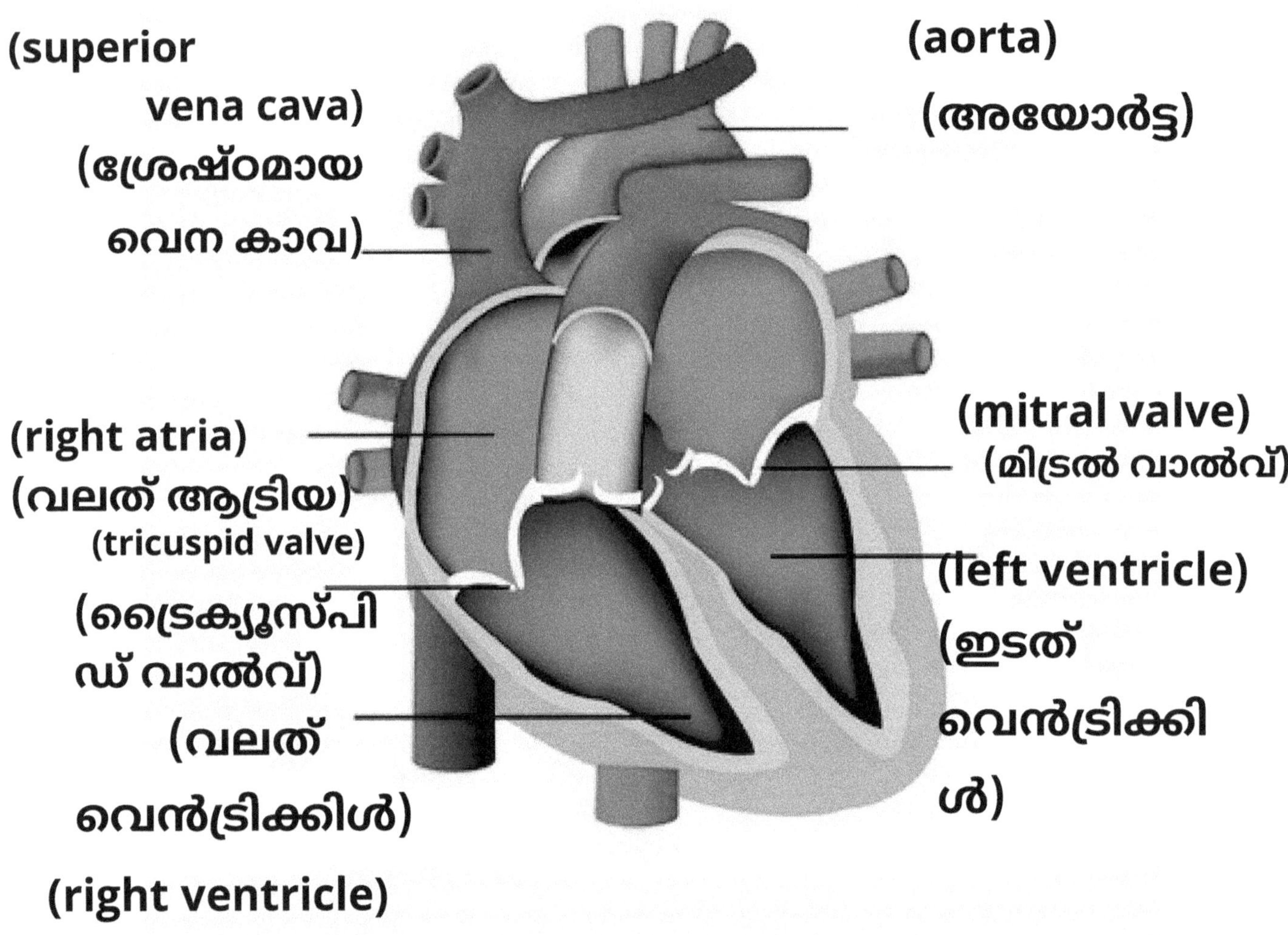

Human Ear Anatomy
മനുഷ്യ ചെവി അനാട്ടമി

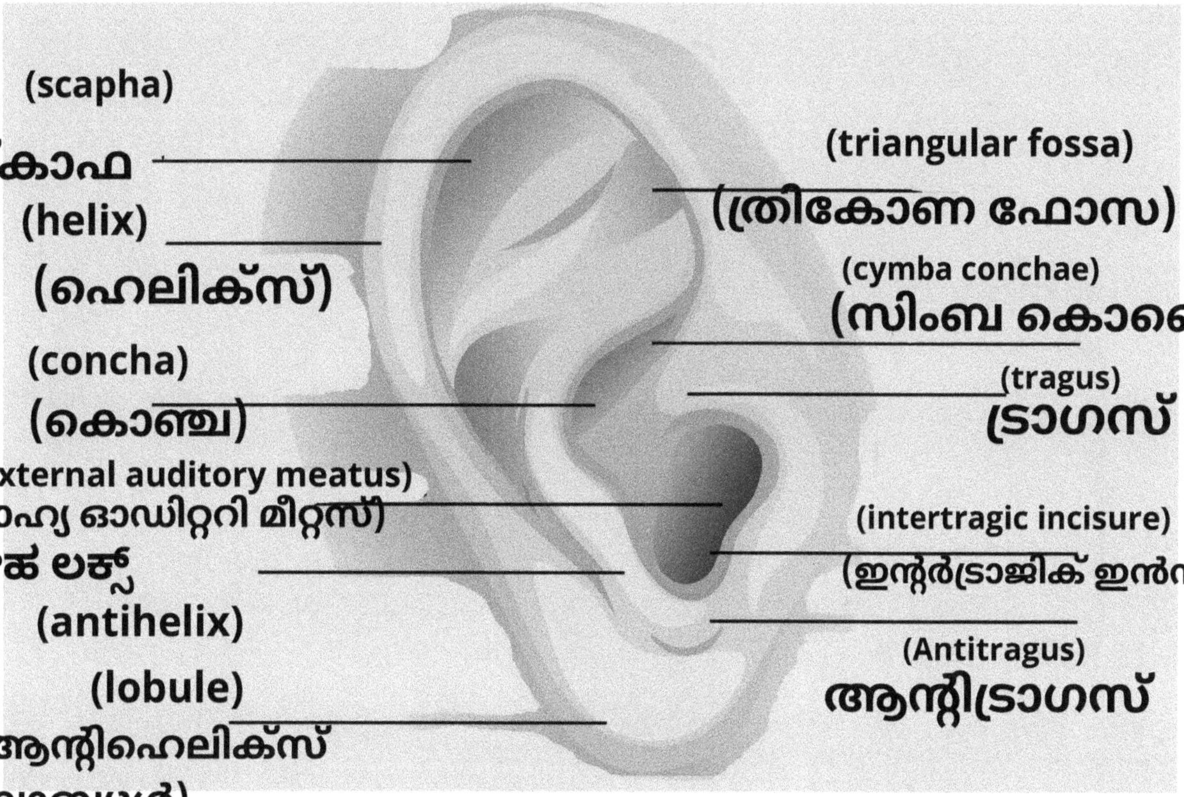

Human Mouth Anatomy
ഹ്യൂമൻ മൗത്ത് അനാട്ടമി

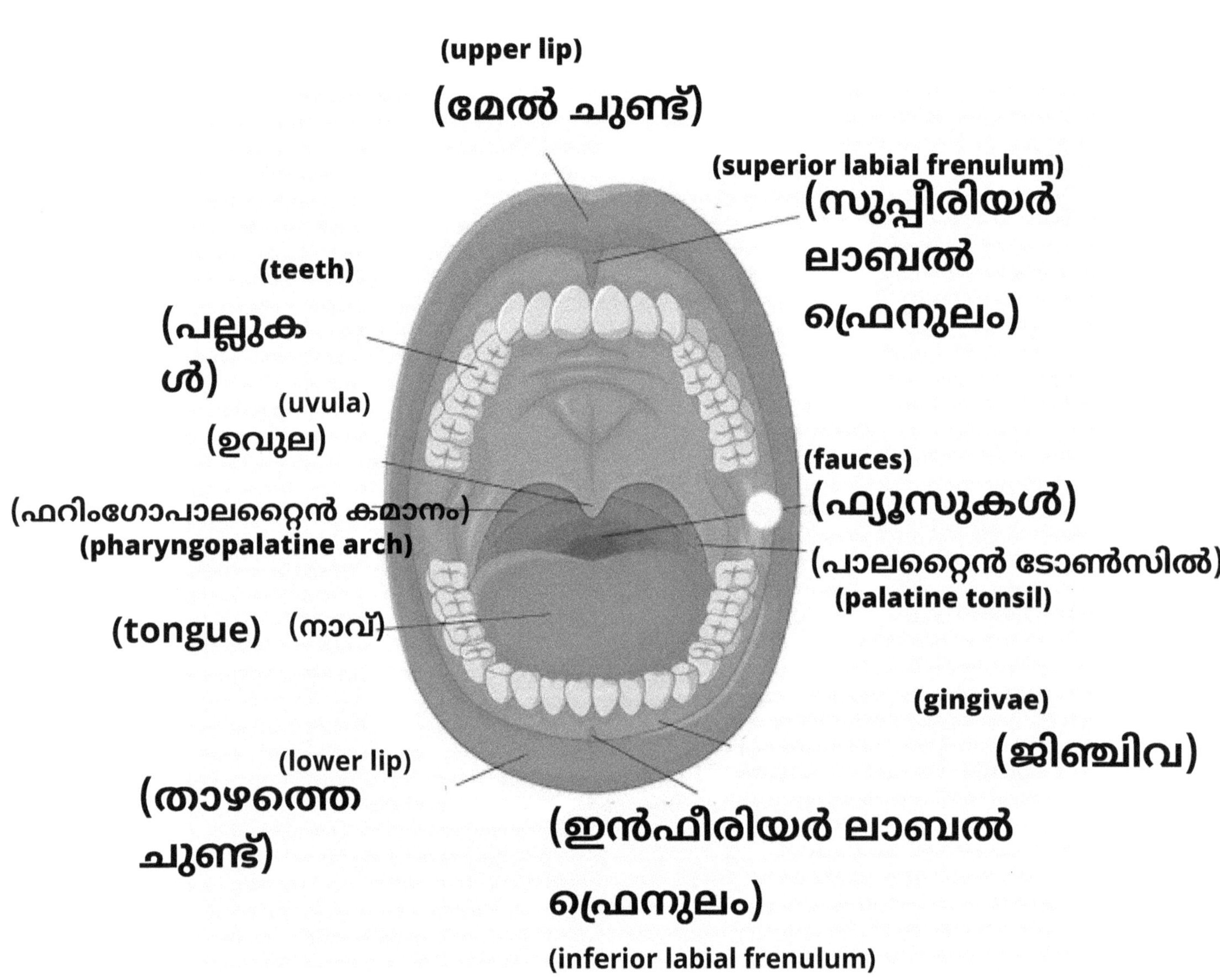

Structure of human muscle
മനുഷ്യ പേശികളുടെ ഘടന

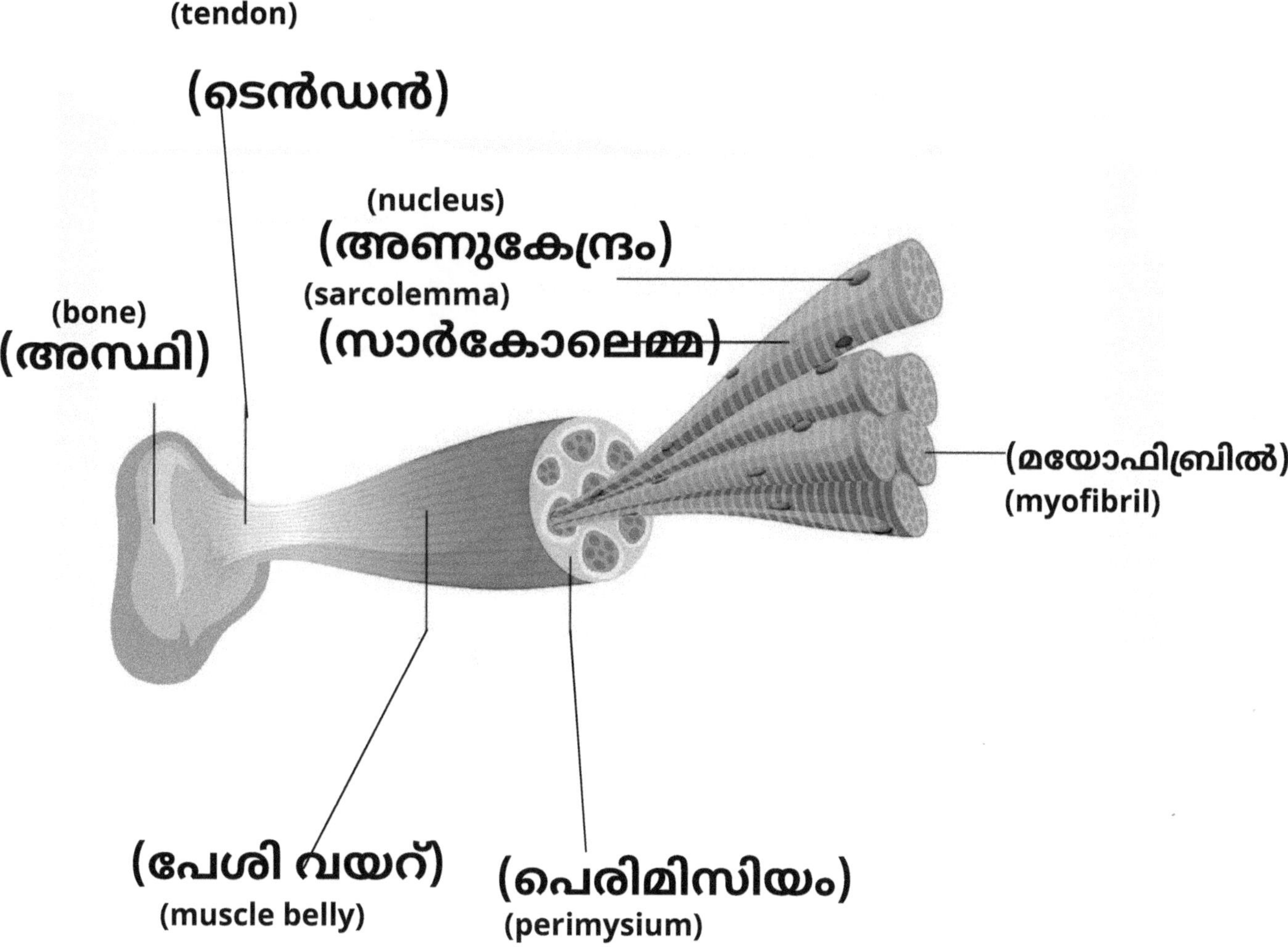

Human Skull Structure
മനുഷ്യ തലയോട്ടി ഘടന

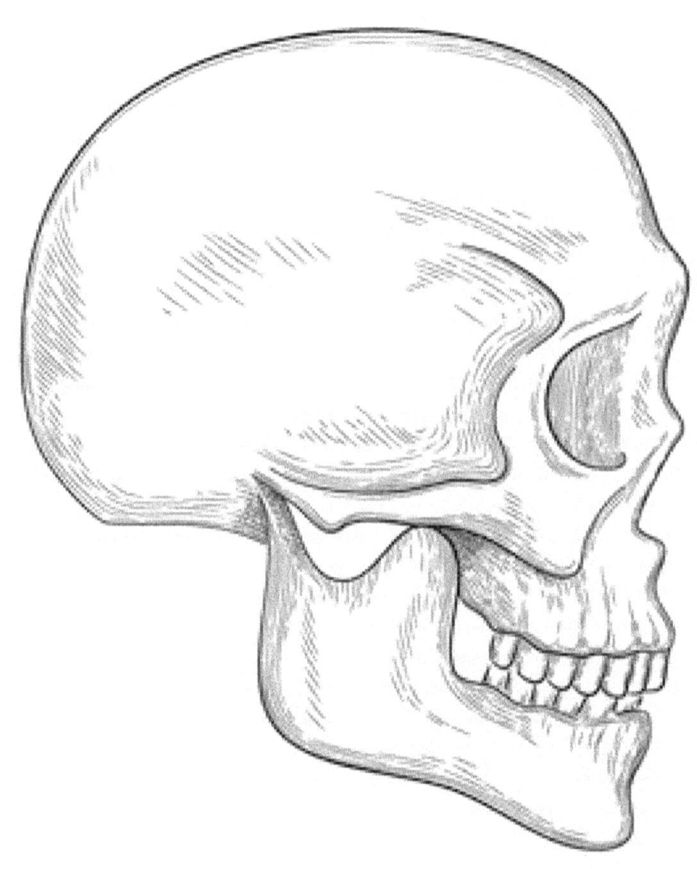

Types of Human Teeth
മനുഷ്യ പല്ലുകളുടെ തരങ്ങൾ

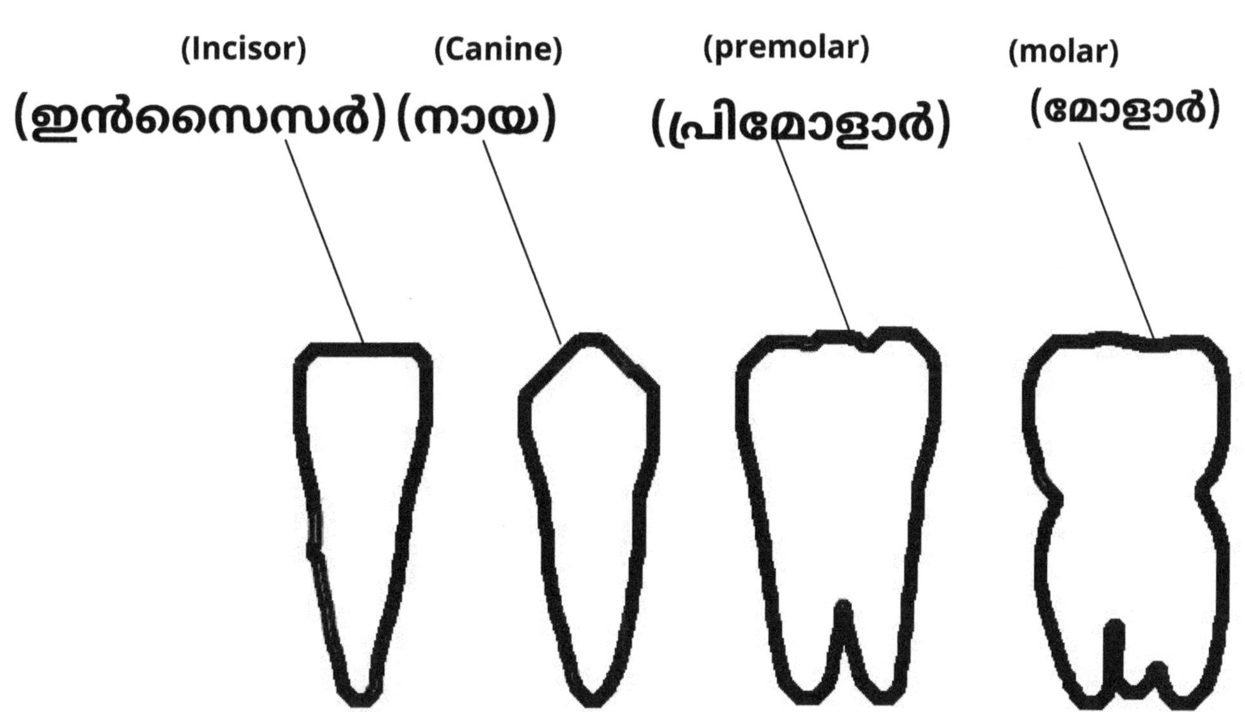

Fixed Partial Dental (Bridge)
സ്ഥിരമായ ഭാഗിക ഡെന്റൽ (പാലം)

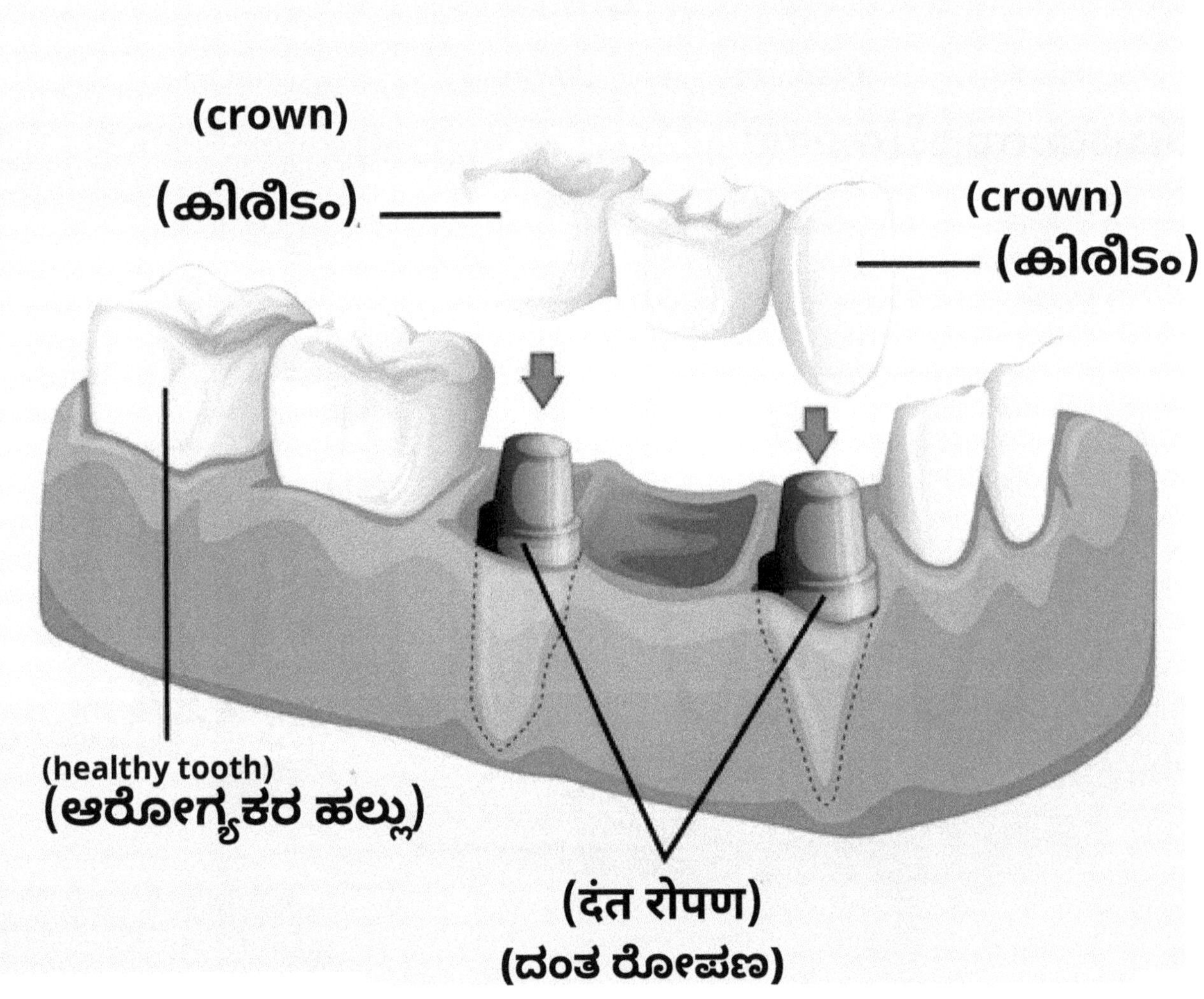

Anatomy of human skin and hair

മനുഷ്യന്റെ ചർമ്മത്തിന്റെയും മുടിയുടെയും ശരീരഘടന

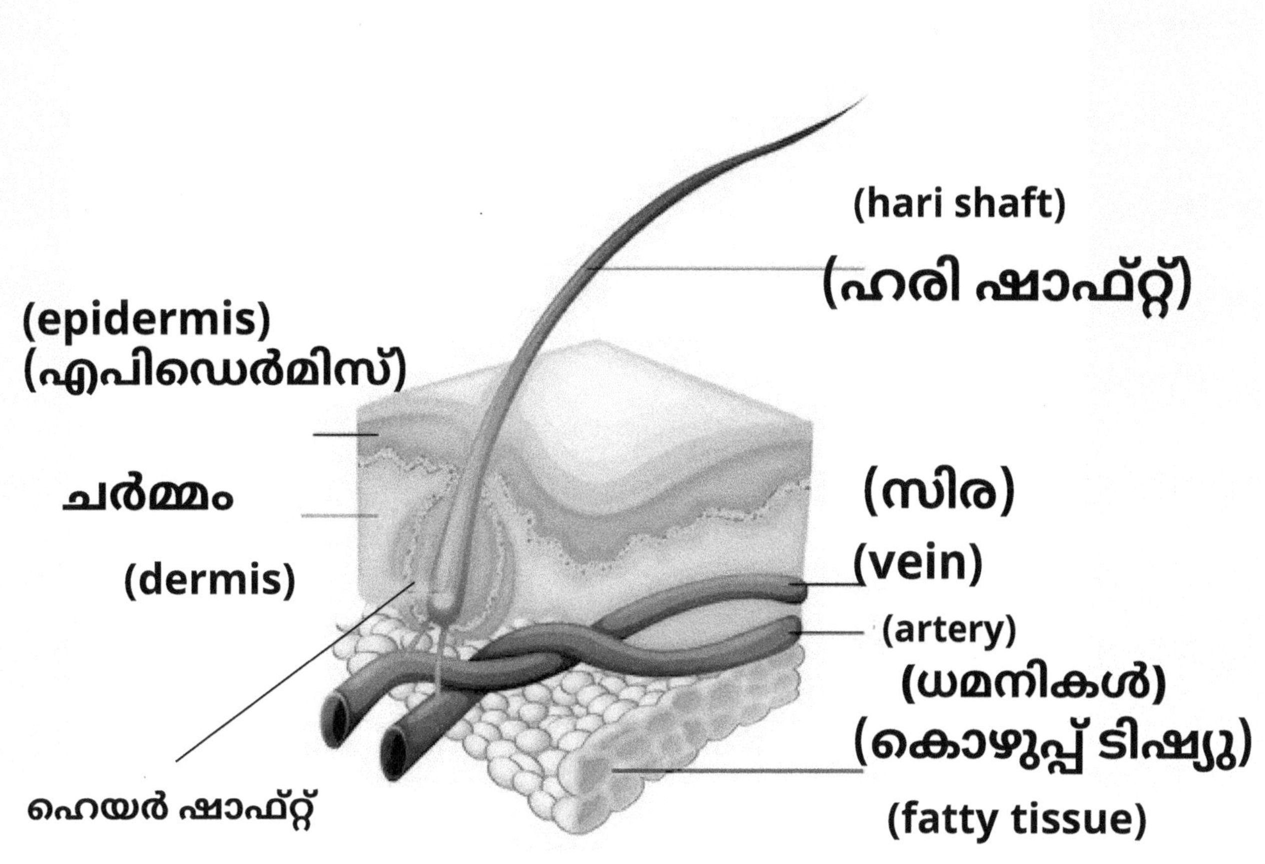

Human Anatomy wart on hand and foot

ഹ്യൂമൻ അനാട്ടമി അരിമ്പാറ കൈയിലും കാലിലും

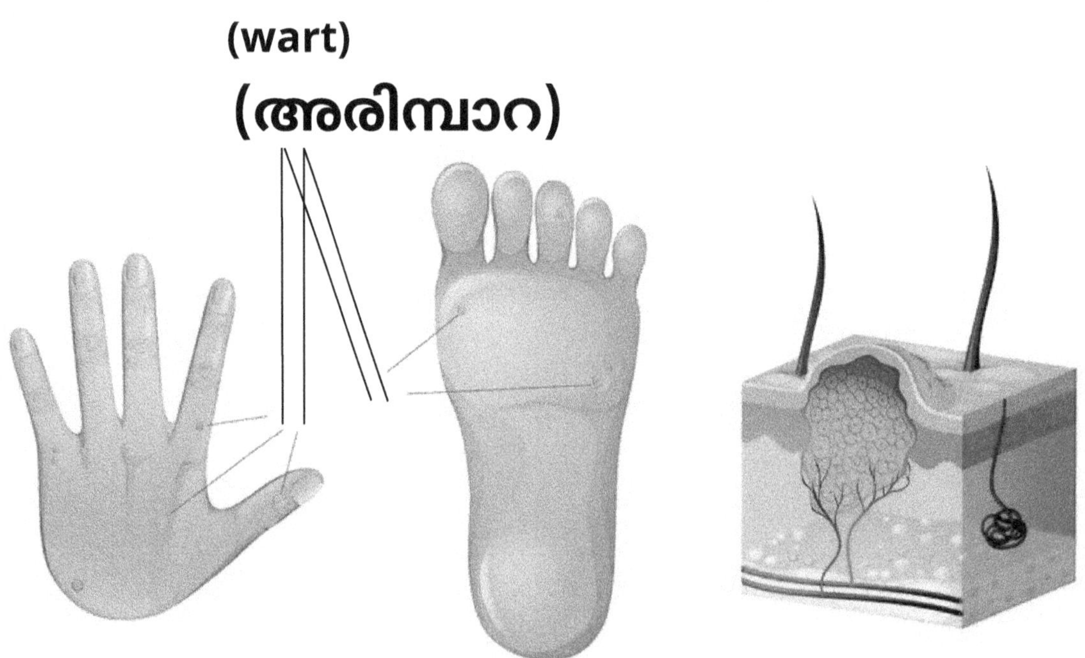

SINUSES

സൈനസുകൾ

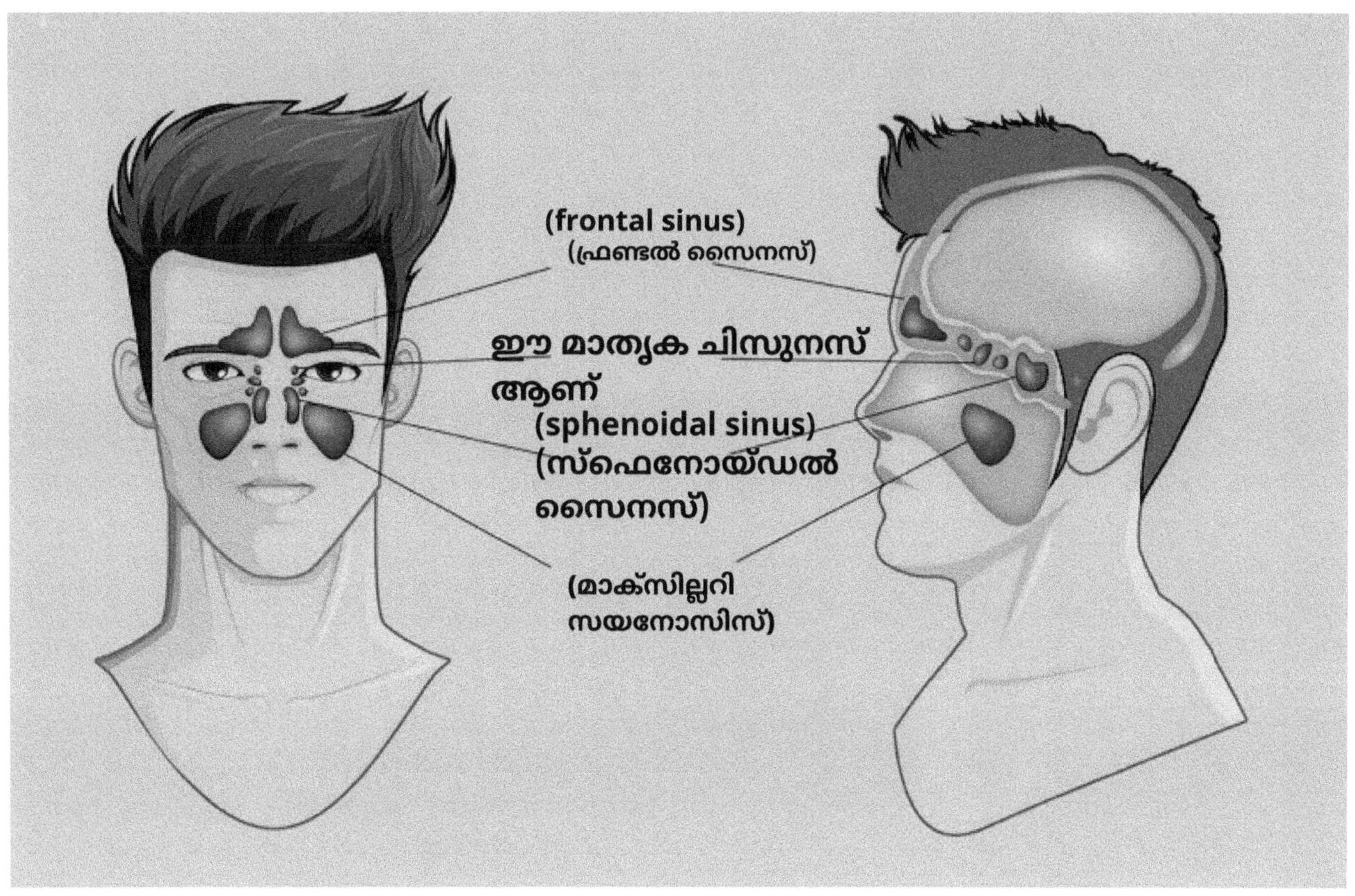

Kidney Urology
കിഡ്നി യൂറോളജി

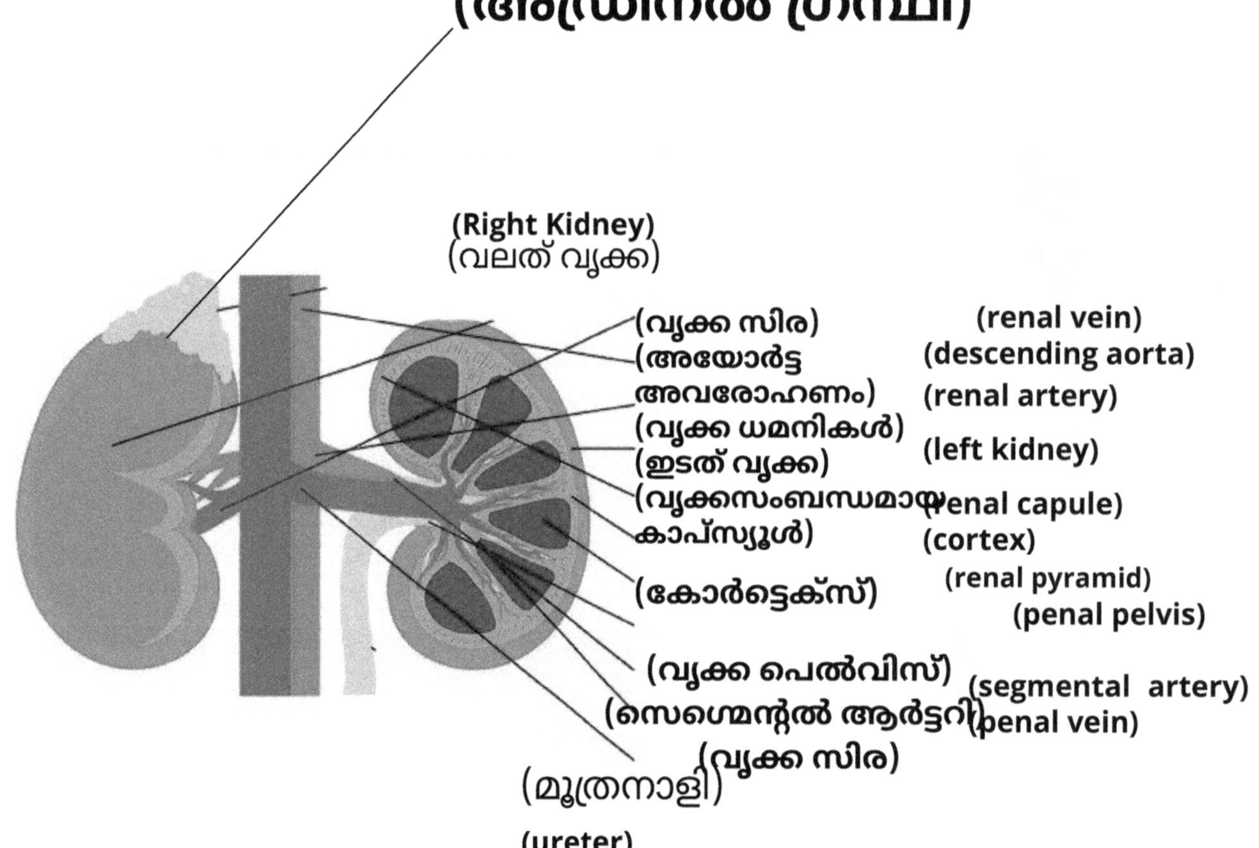

Human Skeleton
മനുഷ്യ അസ്ഥികൂടം

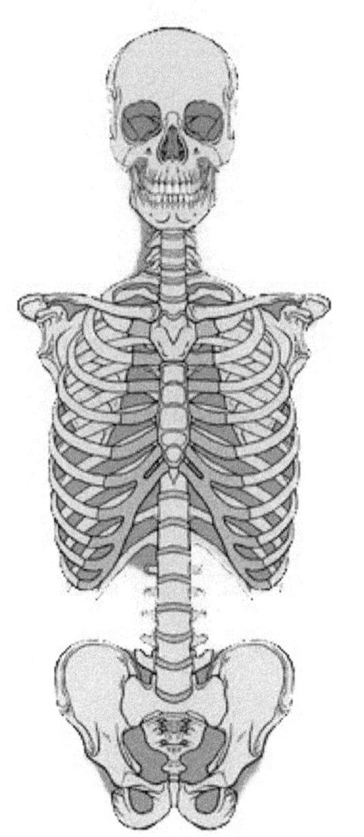
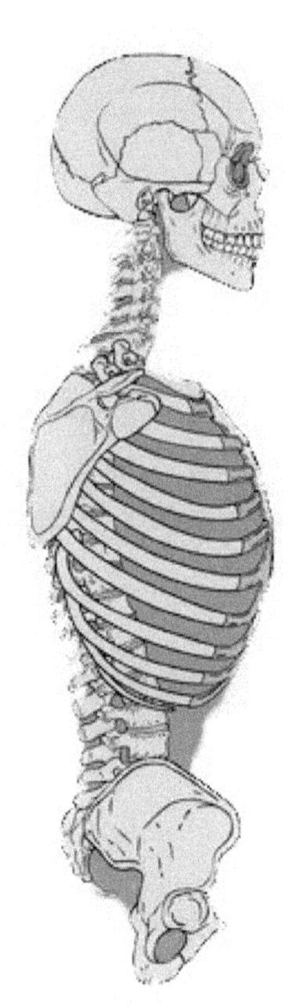
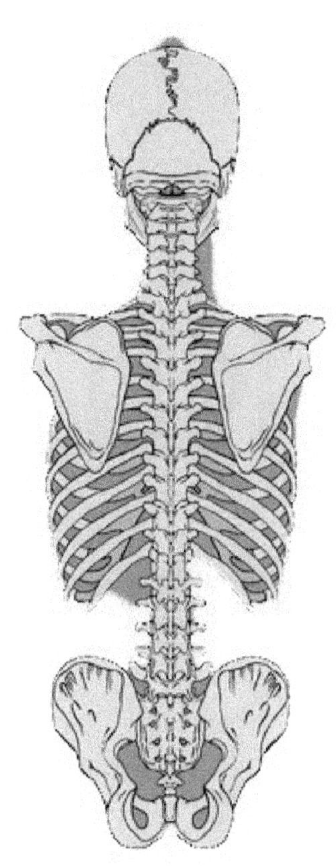

KIDS SECTION

കിഡ്‌സ് വിഭാഗം

What you can do with your body?

നിങ്ങളുടെ ശരീരം കൊണ്ട് നിങ്ങൾക്ക് എന്തുചെയ്യാൻ കഴിയും?

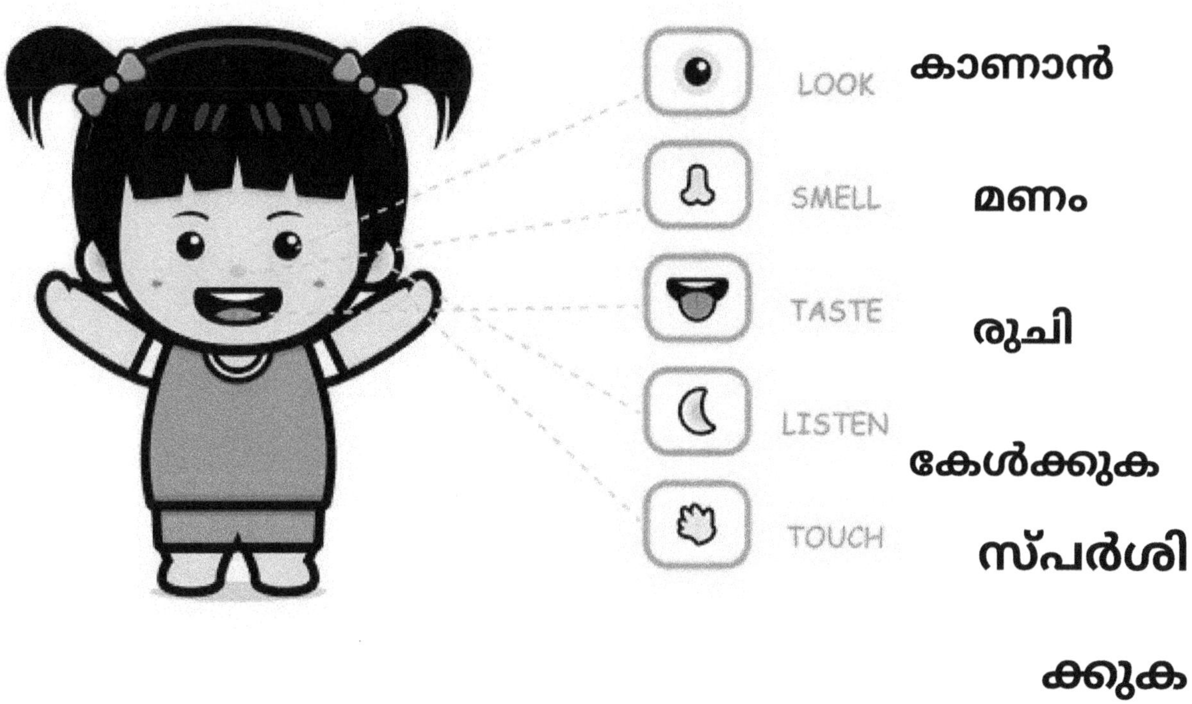

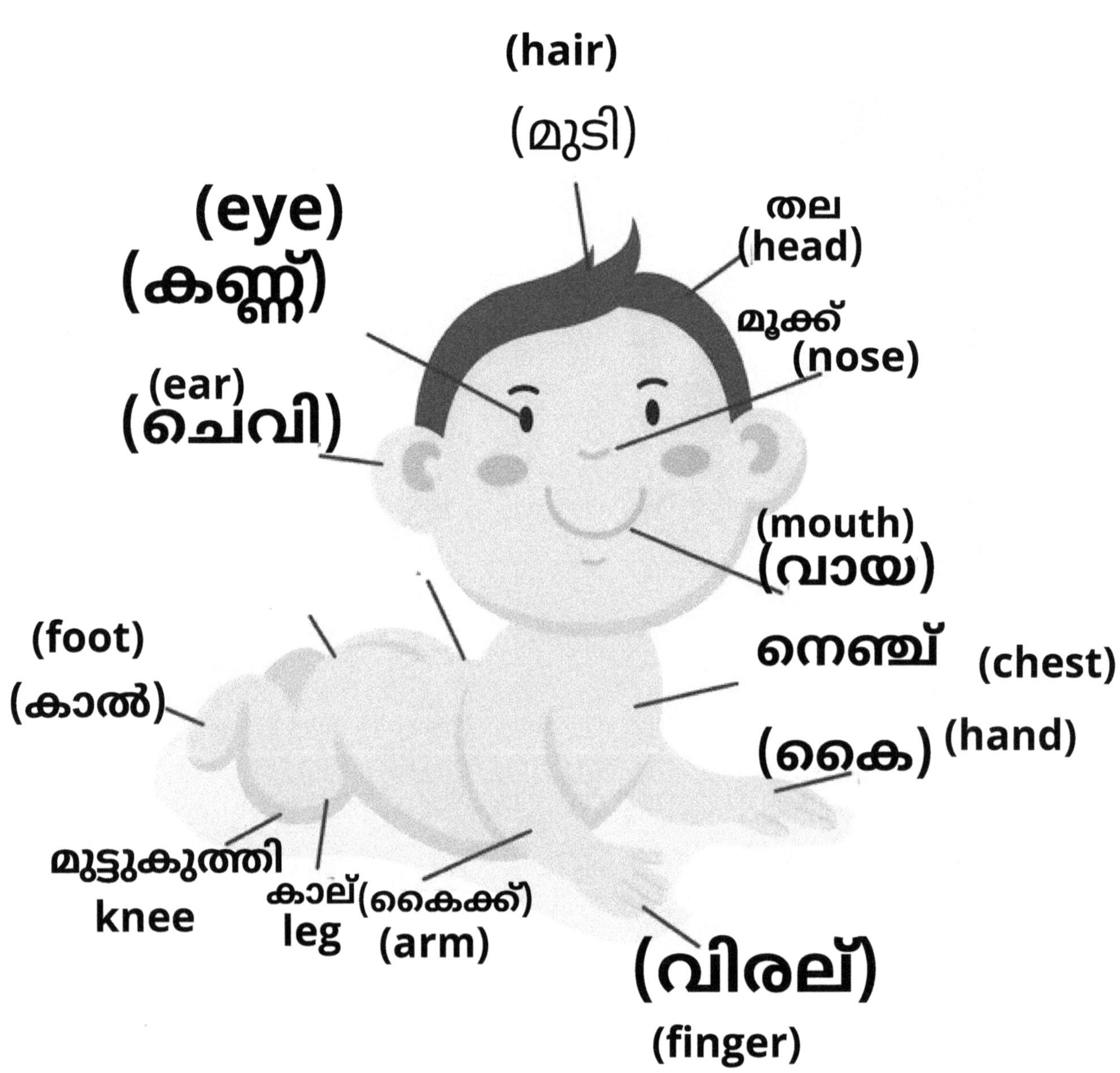

(hair)
(മുടി)
(eye)
(കണ്ണ്)
തല
(head)
മൂക്ക്
(nose)
(ear)
(ചെവി)
(mouth)
(വായ)
നെഞ്ച് (chest)
(കൈ) (hand)
(foot)
(കാൽ)
മുട്ടുകുത്തി
knee
കാല്
leg
(കൈക്ക്)
(arm)
(വിരല്)
(finger)

Human body parts
മനുഷ്യ ശരീരഭാഗങ്ങൾ

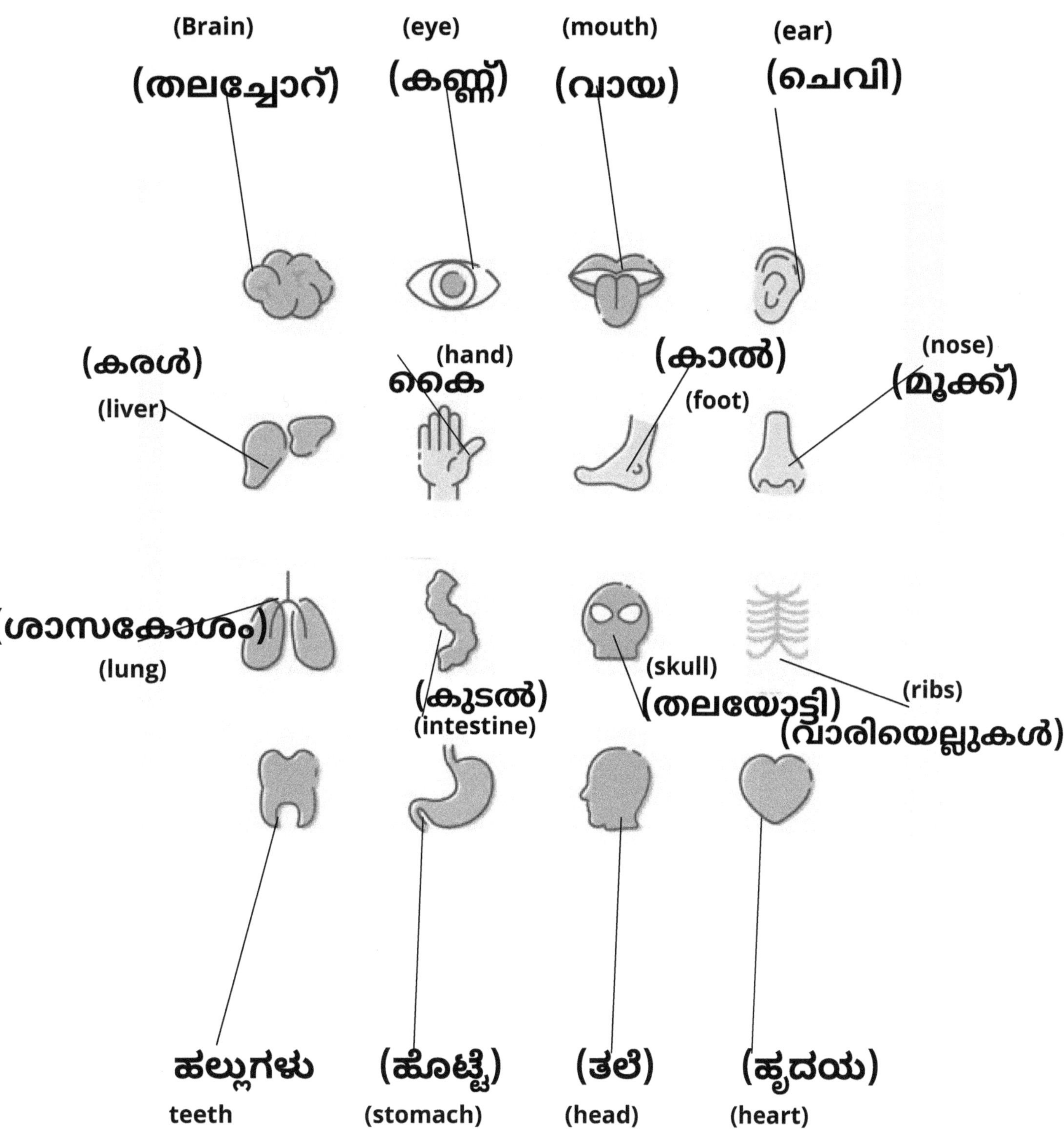

Fill the names of body parts
ശരീരഭാഗങ്ങളുടെ പേരുകൾ പൂരിപ്പിക്കുക

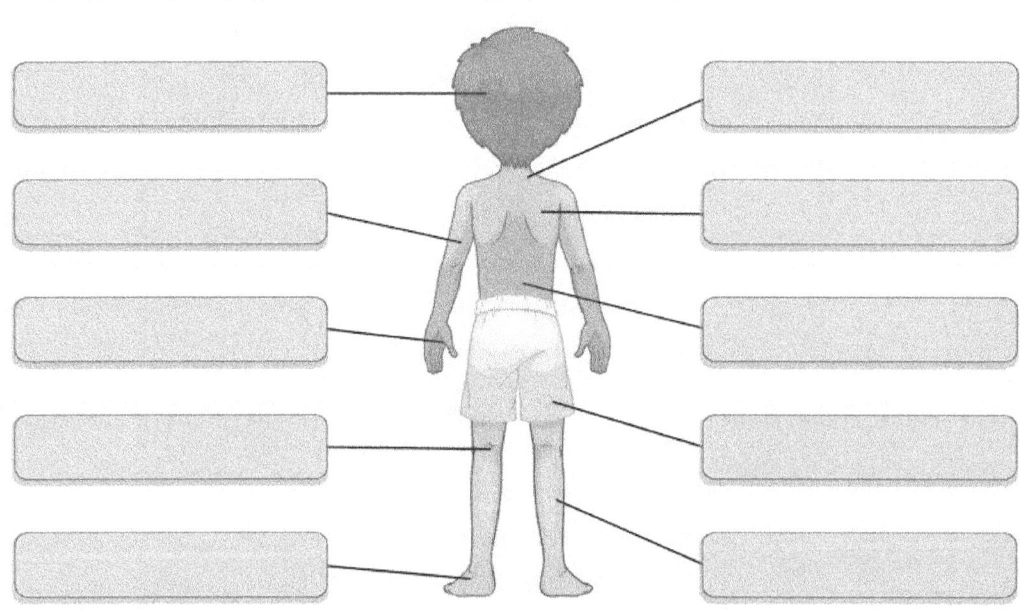

Human cell

മനുഷ്യ കോശം

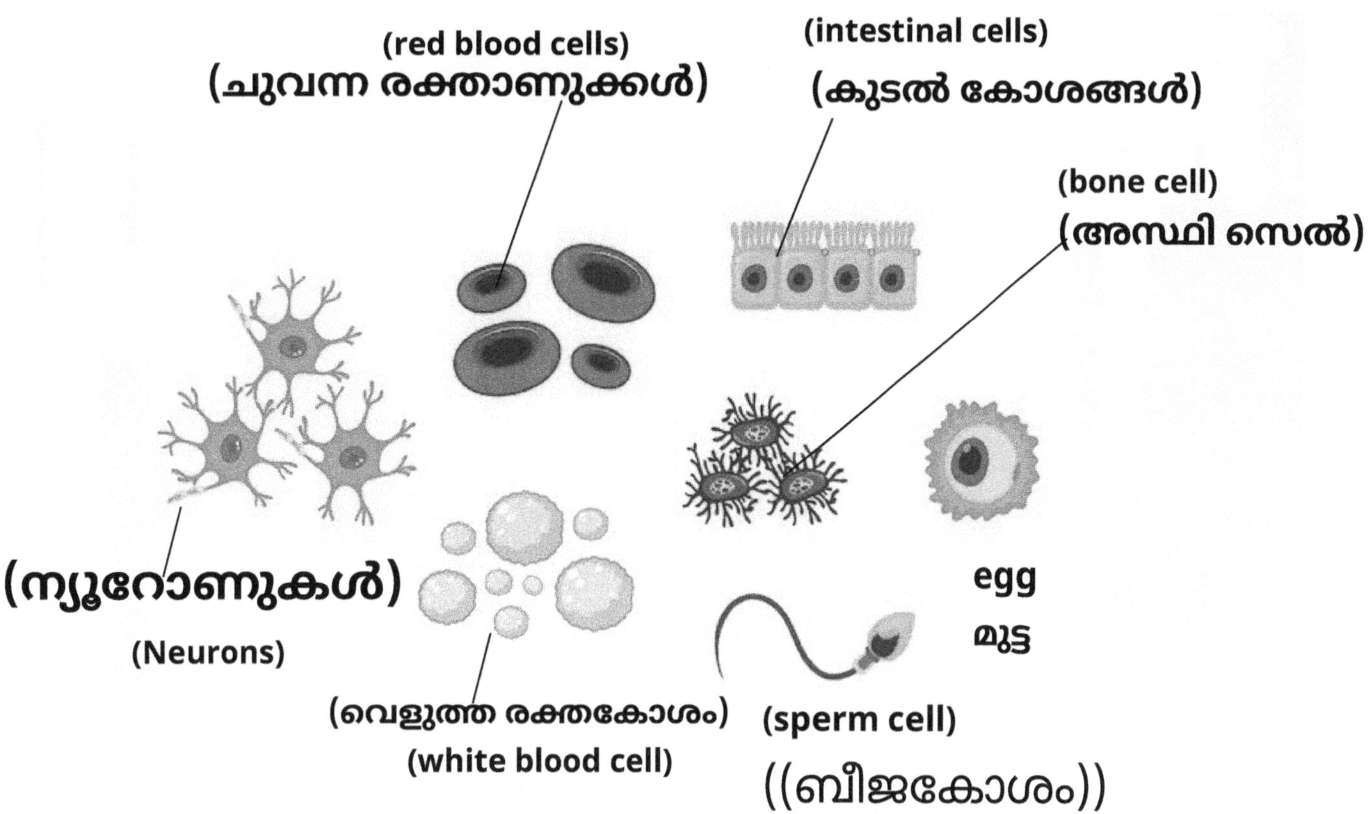

Hand , fingers and thumb

കൈ, വിരലുകൾ, തള്ളവിരൽ

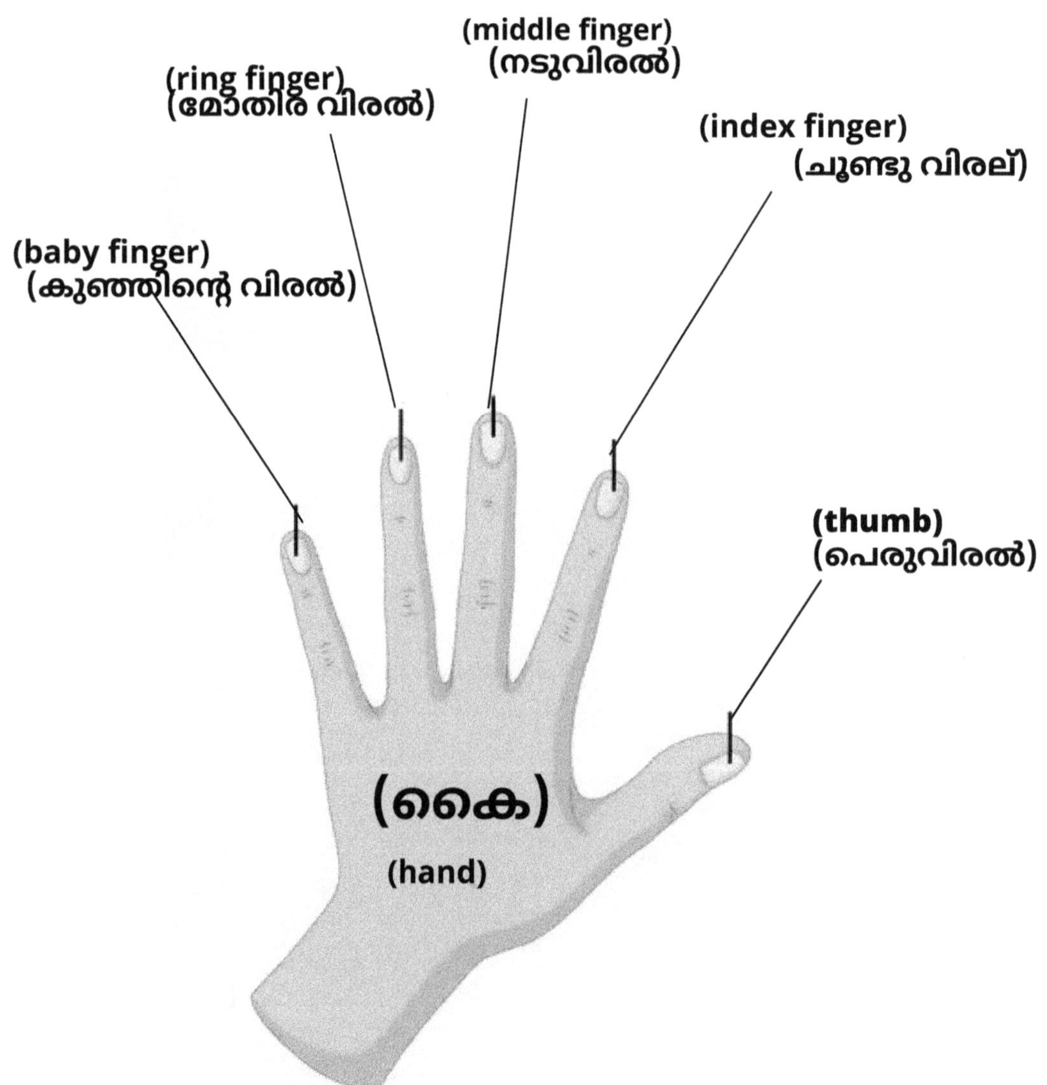

Match the following
ഇനിപ്പറയുന്നവ പൊരുത്തപ്പെടുത്തുക

(hand)
(കൈ)

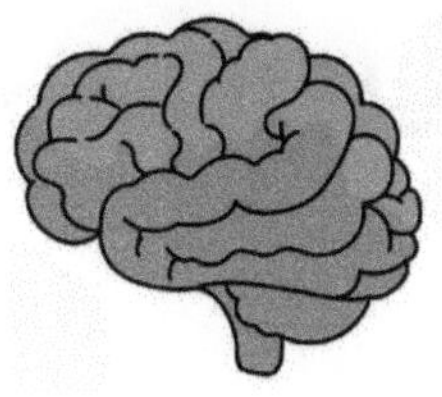

(kidney)
(വൃക്ക)

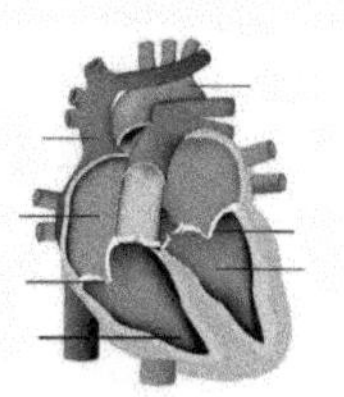

(brain)
(തലച്ചോറ്)

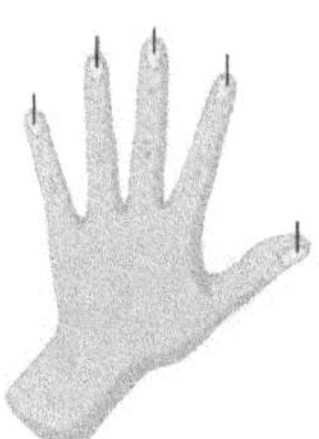

(heart)
(ഹൃദയം)

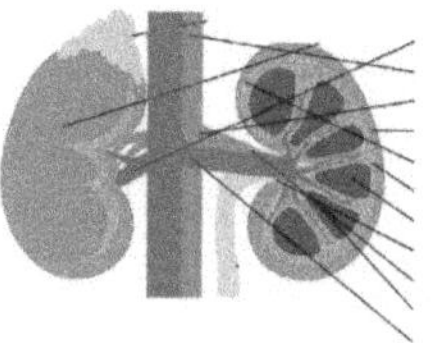

(teeth)

(പല്ലുകൾ)

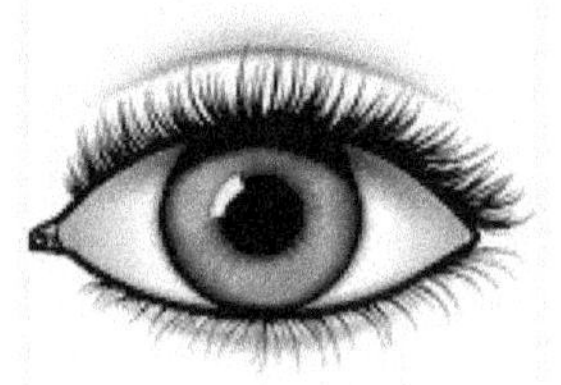

(mouth)

(വായ)

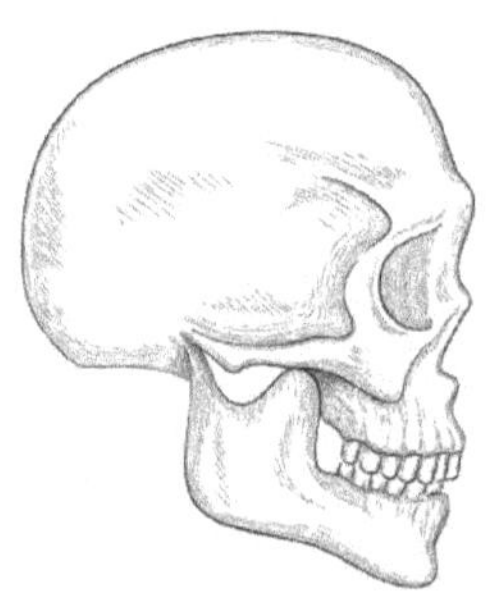

(eyes)

(കണ്ണുകൾ)

(skull)

(തലയോട്ടി)

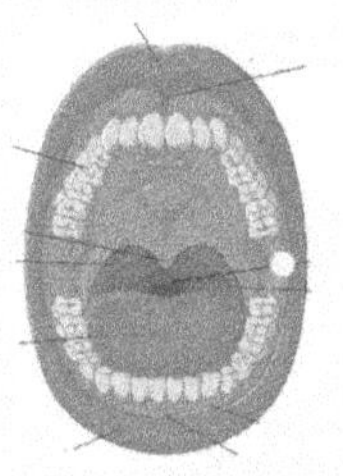

(skeleton)
(അസ്ഥികൂടം)

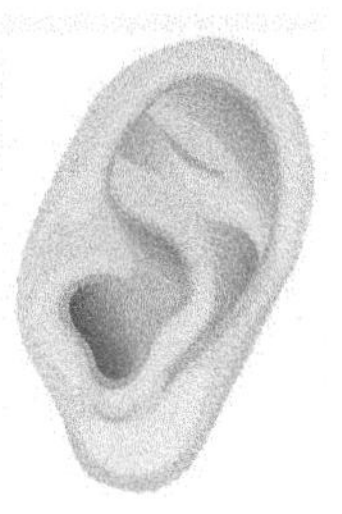

(foot)
(കാല്‍)

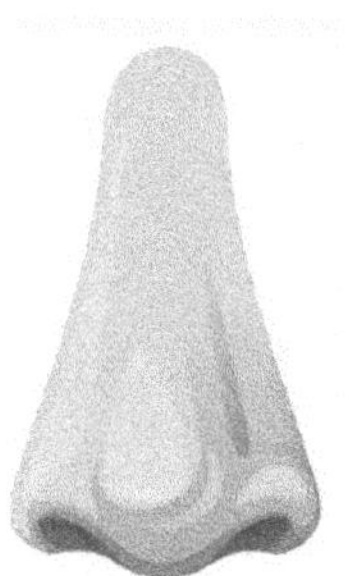

(Ear)
(ചെ
വി)

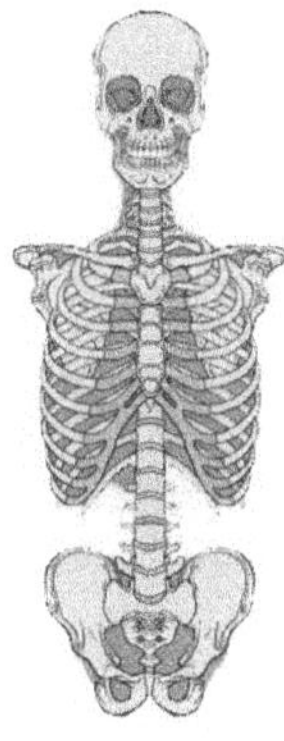

(nose)
(മൂക്ക്)

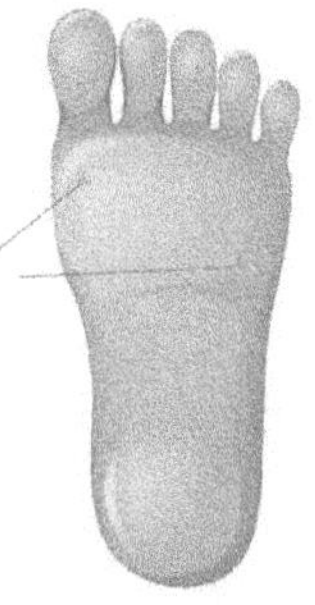